Impressum
Verlag: BABADADA GmbH, Nedderfeld 112 , 22529 Hamburg
Geschäftsführer / Verlagsleitung: Harald Hof
Druck: Books on Demand GmbH, In de Tarpen 42, 22848 Norderstedt

Imprint
Publisher: BABADADA GmbH, Nedderfeld 112 , 22529 Hamburg, Germany
Managing Director / Publishing direction: Harald Hof
Print: Books on Demand GmbH, In de Tarpen 42, 22848 Norderstedt, Germany

trường học

la escuela

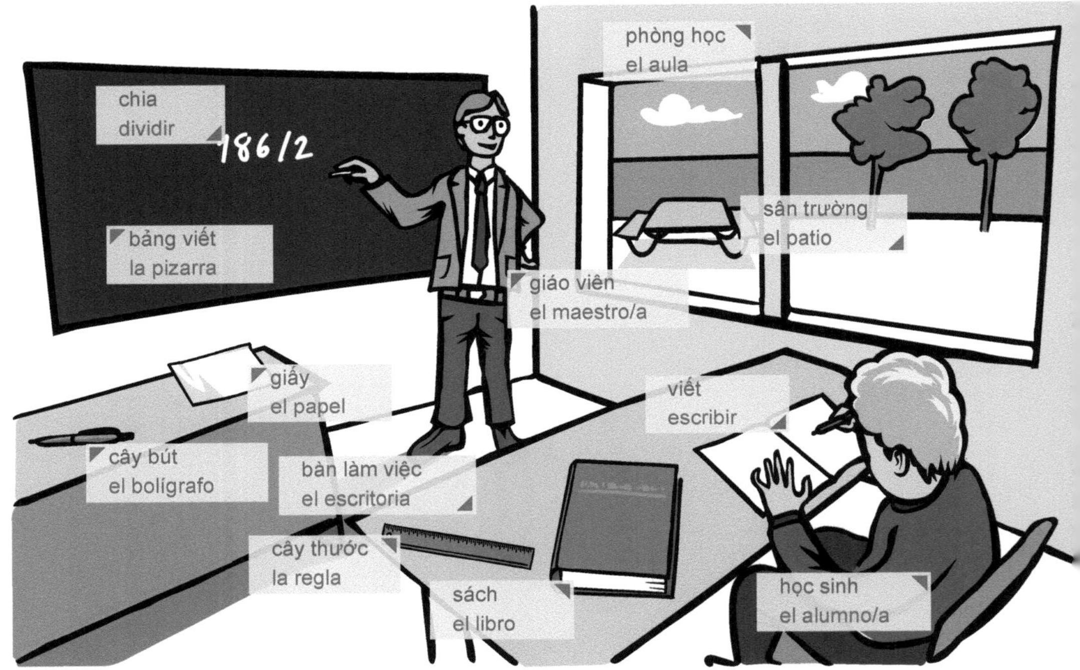

phòng học
el aula
chia
dividir
186/2
sân trường
el patio
bảng viết
la pizarra
giáo viên
el maestro/a
giấy
el papel
viết
escribir
cây bút
el bolígrafo
bàn làm việc
el escritoria
cây thước
la regla
sách
el libro
học sinh
el alumno/a

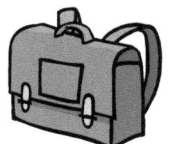

cặp đeo vai học sinh

la cartera

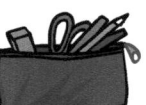

hộp đựng bút

la caja de lápices

bút chì

el lápiz

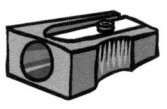

cái gọt bút chì

el sacapuntas

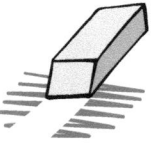

cục tẩy

la goma de borrar

tập giấy vẽ

el cuaderno de dibujo

bản vẽ

el dibujo

cọ vẽ

el pincel

hộp mực vẽ

la caja de pinturas

cây kéo

las tijeras

keo dán

el pegamento

sách bài tập

el cuaderno de ejercicios

bài tập ở nhà

los deberes

12

số

el número

2+2

cộng

sumar

5-2

trừ

restar

2×2

nhân

multiplicar

tính toán

calcular

A

chữ cái

la letra

ABCDEFG
HIJKLMN
OPQRSTU
VWXYZ

bảng chữ cái

el alfabeto

hello

từ

la palabra

văn bản

el texto

đọc

leer

phấn viết

la tiza

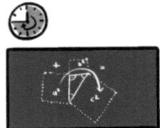

bài học

la lección

sổ lớp

el cuaderno de notas

thi kiểm tra

el examen

chứng chỉ

el certificado

đồng phục học sinh

el uniforme

giáo dục

la educación

từ điển bách khoa

la enciclopedia

đại học

la universidad

kính hiển vi

el microscopio

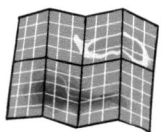

bản đồ

el mapa

thùng rác giấy

la papelera

du lịch
el viaje

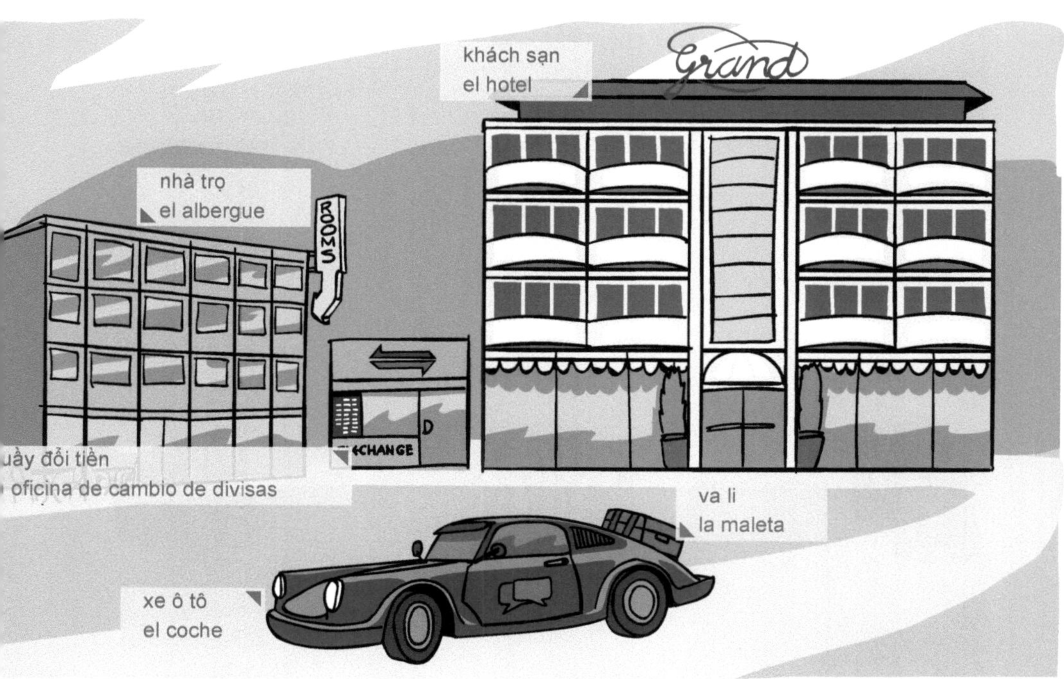
khách sạn
el hotel
Grand
nhà trọ
el albergue
ROOMS
uầy đổi tiền
oficina de cambio de divisas
CHANGE
va li
la maleta
xe ô tô
el coche

ngôn ngữ

el idioma

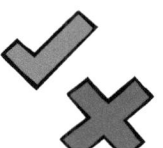

có / không

sí / no

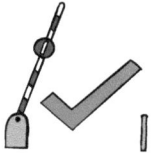

ô kê

Vale

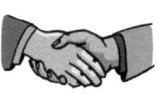

Xin chào

hola

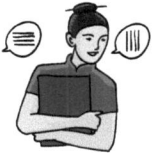

thông dịch viên

el traductor

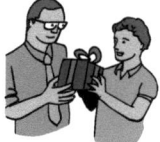

cám ơn

Gracias

... bao nhiêu tiều?

¿cuánto es...?

tôi không hiểu

No entiendo

vấn đề

el problema

Xin chào! (buổi tối)

¡Buenas tardes!

xin chào! (buổi sáng)

¡Buenos días!

chúc ngủ ngon!

¡Buenas noches!

tạm biệt

adiós

hướng đi

la dirección

hành lý

el equipaje

túi xách

la bolsa

túi ba lô

la mochila

khách

el invitado

phòng

la habitación

túi ngủ

el saco de dormir

lều

la tienda de campaña

thông tin du lịch

la información turística

bãi biển

la playa

thẻ tín dụng

la tarjeta de crédito

ăn sáng

el desayuno

ăn trưa

el almuerzo

ăn tối

la cena

vé xe

el billete

thang máy

el ascensor

tem bưu điện

el sello

biên giới

la frontera

hải quan

la aduana

đại sứ quán

la embajada

thị thực

la visa

hộ chiếu

el pasaporte

vận chuyển
el transporte

máy bay
el avión

tàu thủy
el barco

xe cứu hỏa
el coche de bomberos

xe buýt
el autobús

xe tải
el camión

xuồng máy
la lancha a motor

xe đạp
la bicicleta

xe ô tô
el coche

phà

el transbordador

xuồng

la barca

xe máy

la moto

xe cảnh sát

el coche de policía

xe đua

el coche de carreras

xe cho thuê

el coche de alquiler

dịch vụ thuê xe tự lái

el préstamo de vehículos

xe kéo cứu hộ

la grúa

xe rác

el camión de la basura

động cơ

el motor

xăng

la gasolina

trạm xăng

la gasolinera

biển báo giao thông

la señal de tráfico

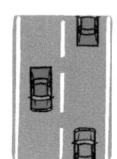

giao thông

el tráfico

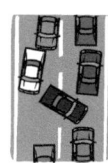

ách tắc giao thông

el atasco

bãi đậu xe

el aparcamiento

nhà ga

la estación de tren

đường ray

las vías

xe lửa

el tren

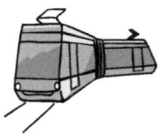

tàu điện

el tranvía

toa xe

el vagón

máy bay trực thăng

el helicóptero

sân bay

el aeropuerto

tháp

la torre

hành khách

el pasajero

côngtenơ

el contenedor

thùng các-tông

la caja de cartón

xe đẩy

la carretilla

cái giỏ

la cesta

cất cánh / hạ cánh

despegar / aterrizar

thành phố
la ciudad

làng

el pueblo

trung tâm thành phố

el centro de la ciudad

nhà

la casa

rạp chiếu phim
el cine

quảng cáo
el anuncio

đèn đường
la farola

đường phố
la calle

taxi
el taxi

quán ăn nhẹ
el quiosco

người đi bộ
el peatón

vỉa hè
la acera

ngã tư giao th[ông]
el cruce

phần đường có vạch cho người đi bộ
el paso de cebra

[th]ùng rác lớn
[el] contenedor de basura

đèn hiệu giao thông
el semáforo

nhà chòi
la cabaña

căn hộ
el apartamento

nhà ga
la estación de tren

tòa thị chính
el ayuntamiento

viện bảo tàng
el museo

trường học
la escuela

đại học

la universidad

ngân hàng

el banco

bệnh viện

el hospital

khách sạn

el hotel

hiệu thuốc

la farmacia

văn phòng

la oficina

hiệu sách

la librería

cửa hiệu

la tienda de campaña

cửa hiệu bán hoa

la floristería

siêu thị

el supermercado

chợ

el mercado

cửa hàng bách hóa

los grandes almacenes

người bán cá

la pescadería

trung tâm mua bán

el centro comercial

bến cảng

el puerto

công viên

el parque

ghế băng

el banco

cầu

el puente

cầu thang

las escaleras

tàu điện ngầm

el metro

đường hầm

el túnel

trạm xe buýt

la parada de autobús

quán bar

el bar

khách sạn

el restaurante

hòm thư công cộng

el buzón

bảng hiệu đường

el poste indicador

đồng hồ đậu xe

el parquímetro

vườn bách thú

el zoo

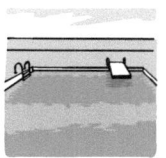

bể bơi

la piscina

nhà thờ Hồi giáo

la mezquita

nông trại
la granja

ô nhiễm môi trường
la contaminación

nghĩa trang
el cementerio

nhà thờ
la iglesia

sân chơi
el patio de juego

ngôi đền
el templo

phong cảnh
el paisaje

lá cây
la hoja

bảng chỉ đường
la señal

lối đi
el camino

bãi cỏ
el prado

hòn đá
la piedra

cây
el árbol

người đi bộ đường dài
el excursionista

sông
el río

cỏ
la hierba

bông hoa
la flor

thung lũng

el valle

đồi

la colina

hồ nước

el lago

rừng

el bosque

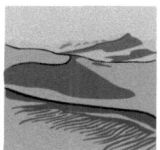

sa mạc

el desierto

núi lửa

el volcán

lâu đài

el castillo

cầu vồng

el arcoíris

nấm

el champiñón

cây cọ

la palmera

con muỗi

el mosquito

con ruồi

la mosca

con kiến

la hormiga

con ong

la abeja

con nhện

la araña

bọ cánh cứng

el escarabajo

con ếch

la rana

con sóc

la ardilla

con nhím

el erizo

con thỏ

la liebre

con cú

la lechuza

con chim

el pájaro

thiên nga

el cisne

heo rừng

el jabalí

con hươu

el ciervo

nai sừng tấm

el alce

đê

la presa

tuabin gió

la turbina eólica

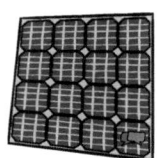

tấm năng lượng mặt trời

el panel solar

khí hậu

el clima

el restaurante

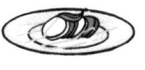

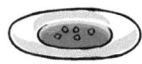

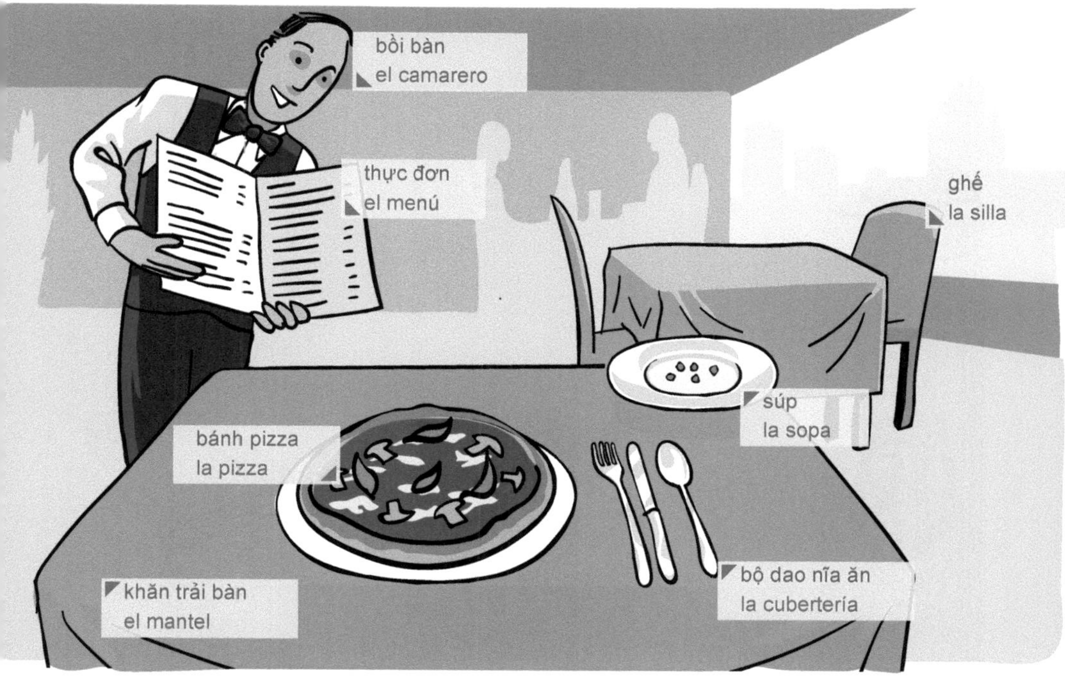
bồi bàn
el camarero
thực đơn
el menú
ghế
la silla
súp
la sopa
bánh pizza
la pizza
khăn trải bàn
el mantel
bộ dao nĩa ăn
la cubertería

món ăn khai vị
el primer plato

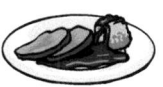

món ăn chính
el plato principal

món tráng miệng
el postre

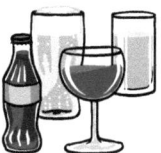

thức uống
las bebidas

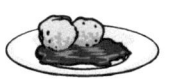

thức ăn
la comida

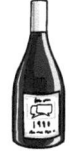

cái chai
la botella

thức ăn nhanh

la comida rápida

thức ăn đường phố

la comida callejera

ấm trà

la tetera

hộp đường

el azucarero

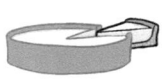

khẩu phần

la porción

máy pha espresso

la cafetera expreso

ghế cao

la trona

hóa đơn

la cuenta

khay

la bandeja

dao

el cuchillo

nĩa

el tenedor

thìa

la cuchara

thìa uống trà

la cucharilla

khăn ăn

la servilleta

cốc thủy tinh

el vaso

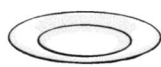

đĩa
el plato

đĩa súp
el plato hondo

đĩa lót cốc
el platillo

nước sốt
la salsa

lọ muối
el salero

cái xay tiêu
el molinillo de pimienta

giấm
el vinagre

dầu
el aceite

gia vị
las especias

nước xốt cà chua
el ketchup

tương hạt cải
la mostaza

nước sốt mayonnaise
la mayonesa

siêu thị

el supermercado

chào giá đặc biệt
la oferta especial
FOR
khách hàng
el cliente
sản phẩm từ sữa
los lácteos
trái cây
la fruta
xe đẩy mua sắm
el carro de compra

BUTCHERS

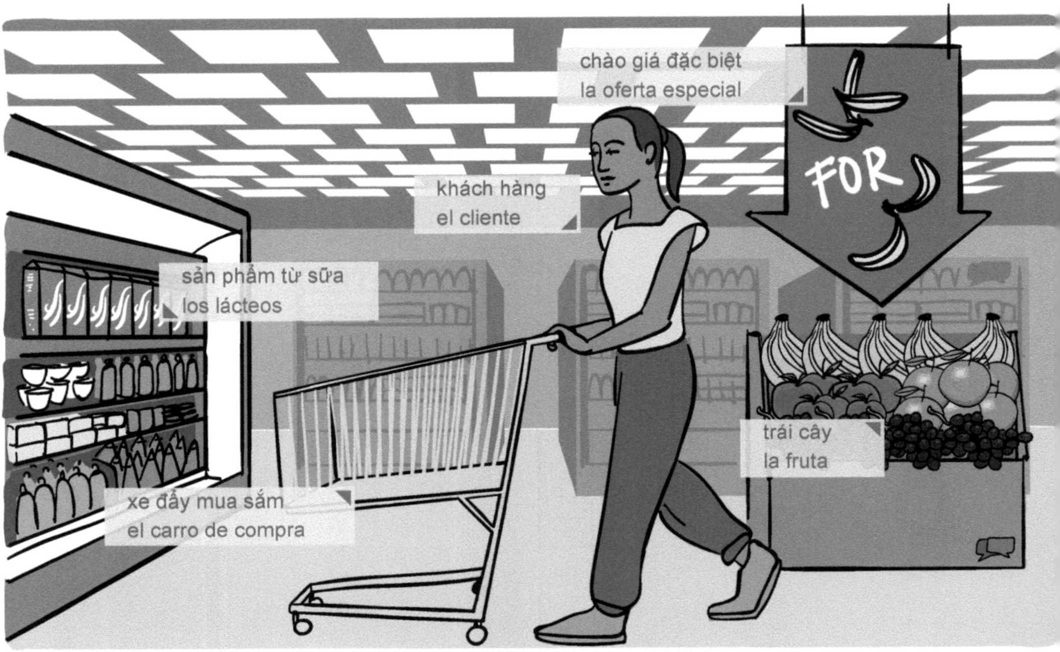

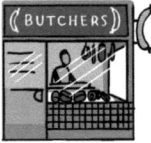

lò mổ

la carniceria

BAKERY

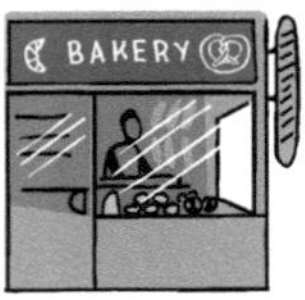

cửa hiệu bán bánh mì

la panadería

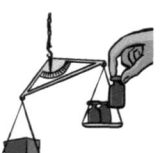

cân nặng

pesar

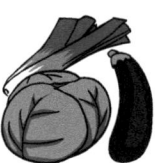

rau quả

las verduras

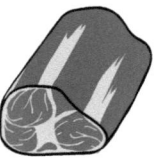

thịt

la carne

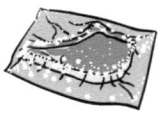

thức ăn đông lạnh

los alimentos congelados

lát thịt nguội

los fiambres

đồ hộp

las conservas

bột giặt

el detergente en polvo

đồ ngọt

los dulces

sản phẩm dùng trong gia đình

productos de uso doméstico

chất tẩy rửa

productos de limpieza

người bán hàng

la vendedora

quầy trả tiền

la caja de cartón

nhân viên thu ngân

el cajero

danh sách mua sắm

la lista de la compra

giờ mở cửa

el horario de atención al público

ví tiền

la cartera

thẻ tín dụng

la tarjeta de crédito

túi đeo

la bolsa de plástico

túi ny lông

la bolsa de plástico

nước
el agua

nước quả ép
el zumo

sữa
la leche

coca-cola
la cola

rượu vang
el vino

bia
la cerveza

cồn
el alcohol

cacao
el cacao

trà
el té

cà phê
el café

espresso
el expreso

cappuccino
el capuchino

chuối

el plátano

quả táo

la manzana

quả cam

la naranja

dưa hấu

el melón

chanh

el limón

cà rốt

la zanahoria

tỏi

el ajo

tre

el bambú

củ hành

la cebolla

nấm

el champiñón

hạt dẻ

las avellanas

mì

los fideos

mì spaghetti

las espagueti

cơm

el arroz

xà lách

la ensalada

khoai tây chiên

las patatas fritas

khoai tây chiên

las patatas fritas

bánh pizza

la pizza

bánh hamburger

la hamburguesa

bánh mì sandwich

el sándwich

thịt côtlet

el filete

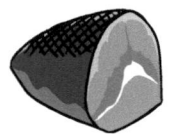

thịt giăm bông

el jamón

xúc xích

le salami

dồi

la salchicha

gà

el pollo

rán

el asado

cá

el pescado

cháo yến mạch

los copos de avena

cháo muesli

el muesli

bánh bột ngô nướng

los copos de maíz

bột mì

la harina

bánh sừng bò

el cruasán

bánh mì

el panecillo

bánh mì

el pan

bánh mì nướng

la tostada

bánh bích quy

las galletas

bơ

la mantequilla

sữa đông

la cuajada

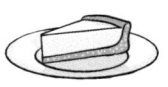

bánh ngọt

el pastel

trứng

el huevo

trứng rán

el huevo frito

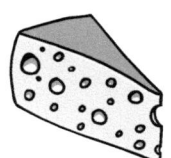

pho mát

el queso

kem

el helado

đường

el azúcar

mật ong

la miel

mứt

la mermelada

kem nougat

la crema de turrón

cà ri

el curry

thức ăn - la comida

nông trại
la granja

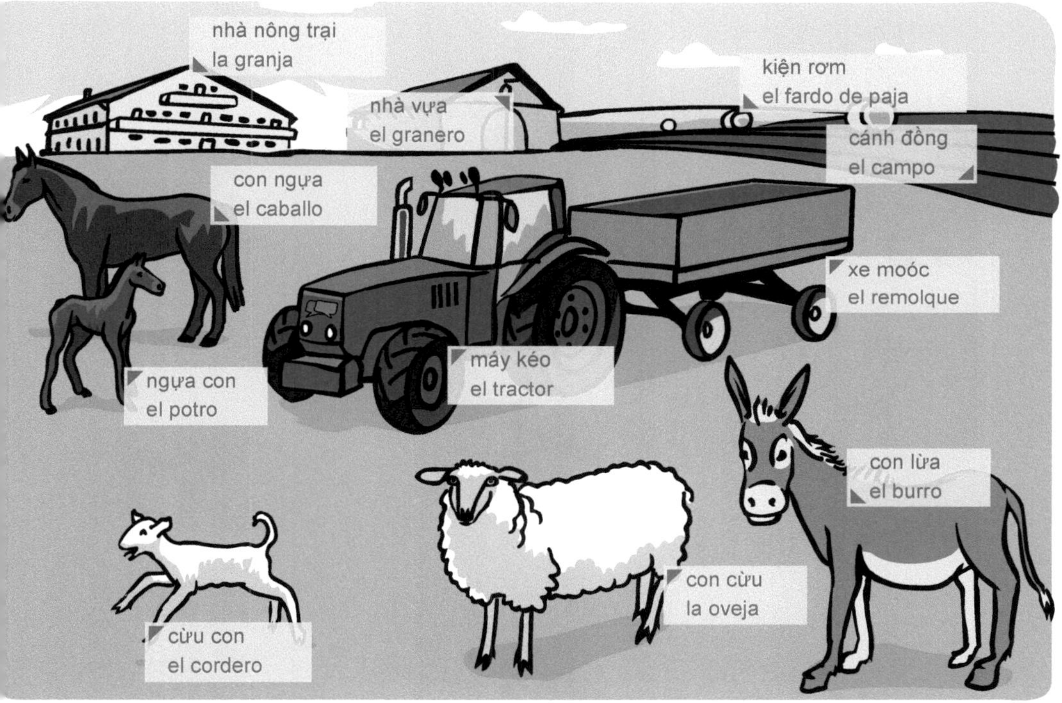
nhà nông trại
la granja
kiện rơm
el fardo de paja
nhà vựa
el granero
cánh đồng
el campo
con ngựa
el caballo
xe moóc
el remolque
máy kéo
el tractor
ngựa con
el potro
con lừa
el burro
con cừu
la oveja
cừu con
el cordero

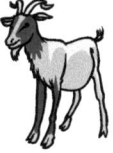

con dê

la cabra

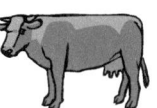

con bò

la vaca

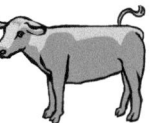

con bê

el ternero

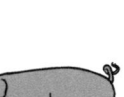

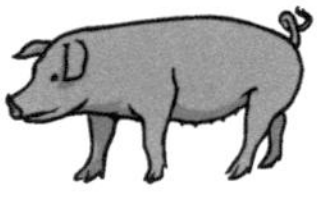

con lợn

el cerdo

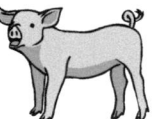

lợn con

el cerdito

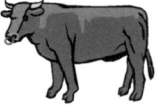

bò đực

el toro

con ngỗng
el ganso

con vịt
el pato

gà con
el pollo

gà mái
la gallina

gà trống
el gallo

con chuột
la rata

mèo
el gato

chuột nhắt
el ratón

bò đực
el buey

con chó
el perro

nhà chuồng chó
la perrera

ống tưới vườn cây
la manguera

thùng tưới cây
la regadera

lưỡi hái
la guadaña

cái cày
el arado

cái liềm
la hoz

cái cuốc
la azada

cái chĩa
la horca

cái rìu
el hacha

xe cút kít
la carretilla

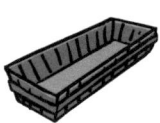

máng ăn
el abrevadero

lọ sữa
la lechera

bao tải
el saco

hàng rào
la valla

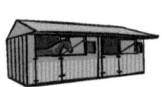

chuồng
el establo

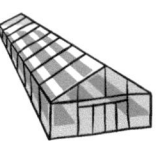

nhà kính trồng cây
el invernadero

đất trồng
el suelo

hạt giống
la semilla

phân bón
el fertilizador

máy gặt đập liên hợp
la cosechadora

thu hoạch
cosechar

mùa thu hoạch
la cosecha

khoai lang
el ñame

lúa mì
el trigo

đậu nành
el soja

khoai tây
la patata

ngô
el maíz

hạt cải dầu
la semilla de colza

cây ăn trái
el árbol frutal

sắn
la mandioca

ngũ cốc
las cereales

nhà
la casa

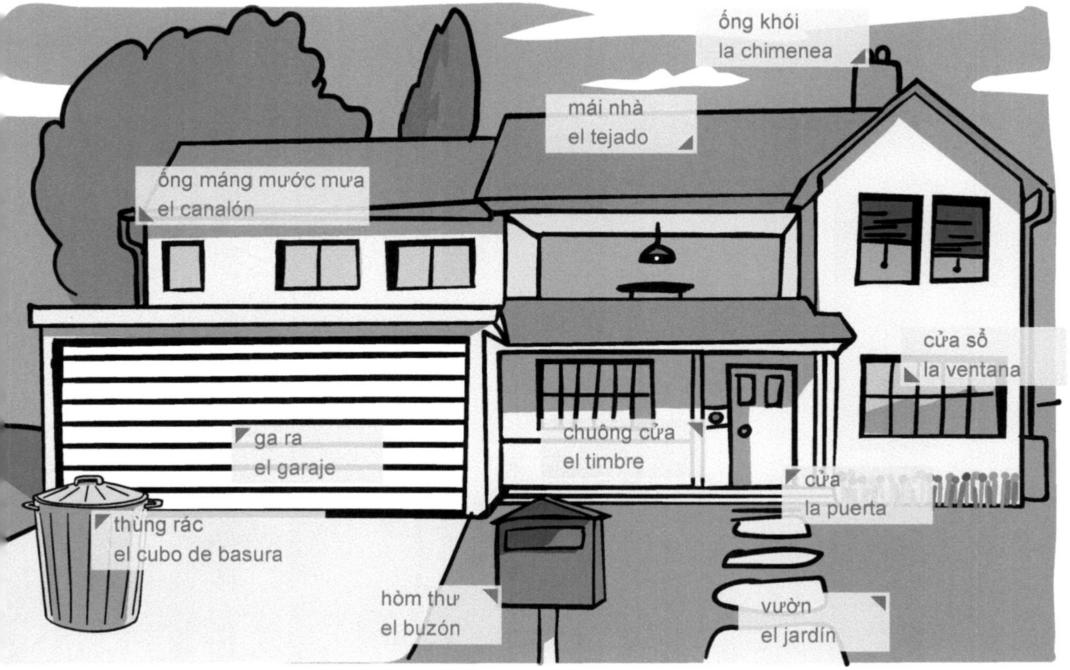
ống khói
la chimenea
mái nhà
el tejado
ống máng mước mưa
el canalón
cửa sổ
la ventana
ga ra
el garaje
chuông cửa
el timbre
cửa
la puerta
thùng rác
el cubo de basura
hòm thư
el buzón
vườn
el jardín

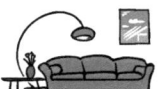

phòng khách
la sala

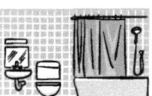

phòng tắm
el cuarto de baño

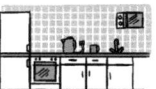

bếp
la cocina

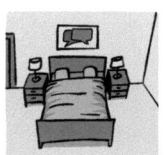

phòng ngủ
el dormitorio

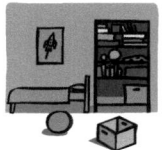

phòng trẻ em
la habitación de los niños

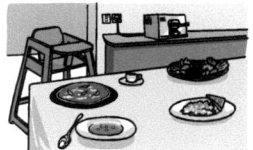

phòng ăn
el comedor

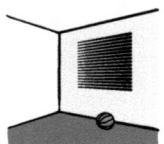

nền nhà

el suelo

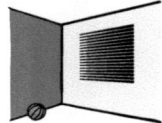

tường

la pared

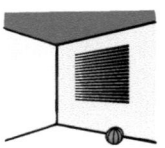

trần nhà

el techo

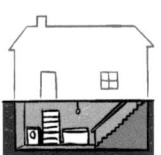

tầng hầm

el sótano

tắm hơi

la sauna

ban công

el balcón

sân hiên

la terraza

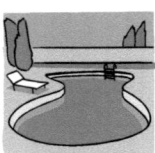

bể bơi

la piscina

máy cắt cỏ

el cortacésped

khăn trải giường

la sábana

khăn trải giường

la colcha

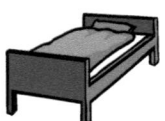

giường

la cama

chổi

la escoba

cái xô

el balde

công tắc điện

el interruptor

phòng khách
la sala

giấy dán tường
el papel pintado
hình ảnh
la imagen
đèn
la lámpara
cái kệ
el estante
tủ
el armario
ti vi
la televisión
lò sưởi
la chimenea
bông hoa
la flor
gối
el cojín
ghế sofa
el sofá
bình hoa
el jarrón
điều khiển từ xa
el mando a distancia

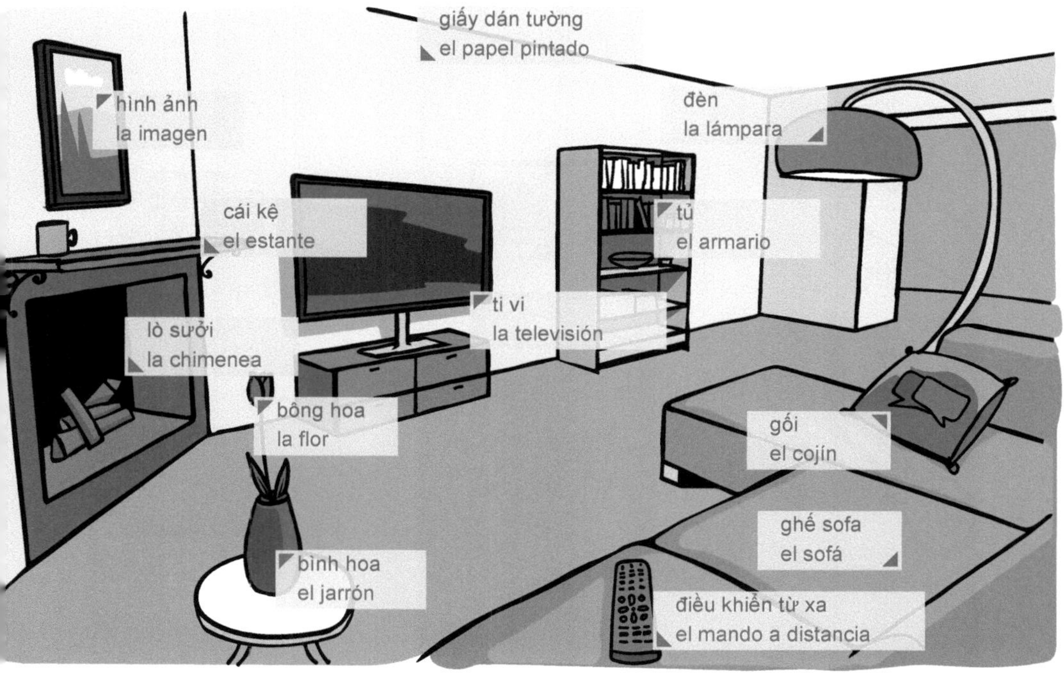

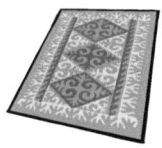

thảm

la alfombra

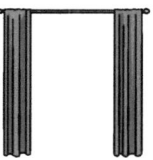

rèm

la cortina

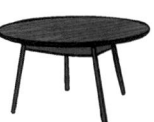

cái bàn

la mesa

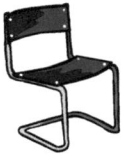

ghế

la silla

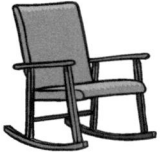

ghế bập bênh

el mecedora

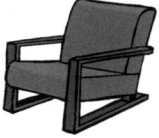

ghế bành

la butaca

sách
el libro

cái chăn
la manta

đồ trang trí
la decoración

củi
la leña

phim
la película

máy hi-fi
el equipo de música

chìa khóa
la llave

báo
el periódico

bức tranh
la pintura

áp phích
el póster

radio
la radio

sổ ghi chép
el cuaderno

máy hút bụi
la aspiradora

cây xương rồng
el cactus

cây nến
la vela

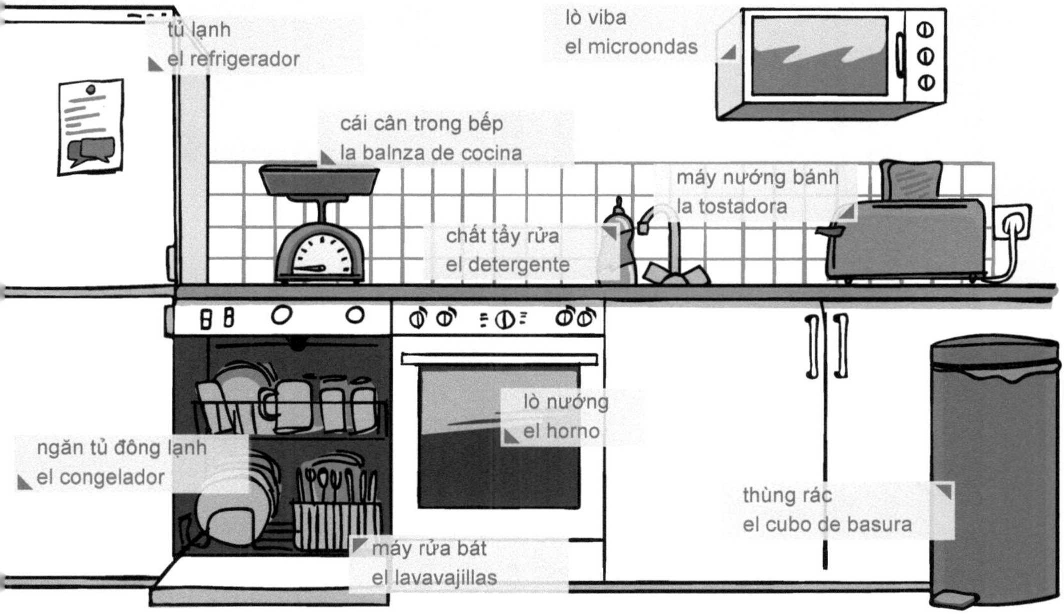

tủ lạnh
el refrigerador

lò viba
el microondas

cái cân trong bếp
la balnza de cocina

máy nướng bánh
la tostadora

chất tẩy rửa
el detergente

ngăn tủ đông lạnh
el congelador

lò nướng
el horno

thùng rác
el cubo de basura

máy rửa bát
el lavavajillas

lò nấu
la olla a presión

nồi
la olla

nồi sắt
la olla de hierro fundido

chảo
el wok

chảo
la cazuela

ấm đun nước
el hervidor

nồi đun hơi

la vaporera

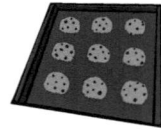

khay lò nướng

la chapa de horno

bát đĩa

la vajilla

cốc

la taza

cái bát

el tazón

đũa

los palillos

cái vá

el cucharón

bàn xẻng

la espumadera

que đánh kem

el batidor

rây dùng trong bếp

el colador

cái rây lọc

el cedazo

cái nạo

el rallador

vữa

el mortero

vỉ nướng

la barbacoa

ngọn lửa trần

la hoguera

cái thớt
la tabla de picar

trục cán bột
el rodillo

cái mở nút chai
el sacacorchos

vỏ đồ hộp
la lata

cái mở vỏ đồ hộp
el abrelatas

miếng nhấc nồi
el agarrador

bồn rửa bát
el lavabo

bàn chải
el cepillo

miếng xốp
la esponja

máy xay
la batidora

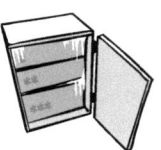

tủ đông lạnh
el congelador

bình sữa cho trẻ sơ sinh
el biberón

vòi nước
el grifo

phòng tắm

el cuarto de baño

lò sưởi
la calefacción
vòi hoa sen
la ducha
khăn lau
la toalla
rèm che ngăn tắm
la cortina de la ducha
tắm bọt
el baño de espuma
bồn tắm
la bañera
cốc thủy tinh
el vaso
máy giặt
la lavadora
vòi nước
el grifo
gạch lát
las baldosas
cái bô
el orinal
bồn rửa bát
el lavabo

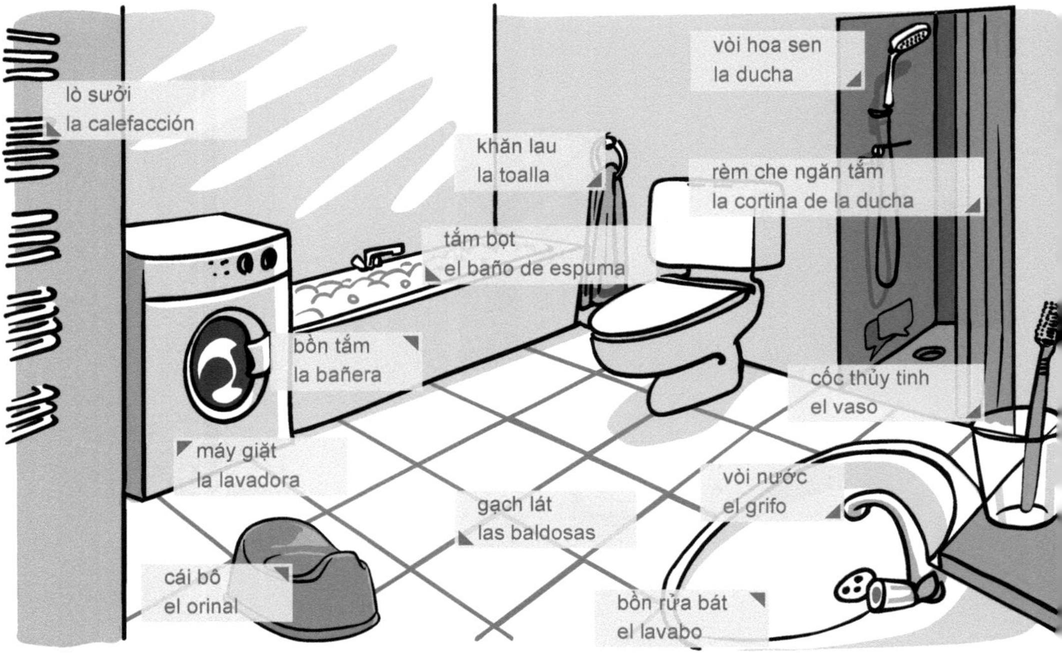

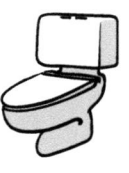

bồn cầu

el inodoro

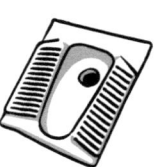

bồn cầu ngồi xổm

el inodoro rústico

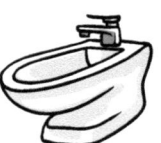

bồn rửa hậu môn

el bidé

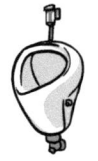

bồn tiểu tiện

el urinario

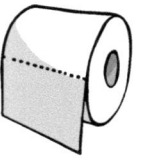

giấy vệ sinh

el papel higiénico

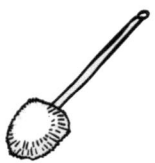

bàn chải cọ bồn cầu

la escobilla del váter

bàn chải đánh răng

el cepillo de dientes

kem đánh răng

la pasta de dientes

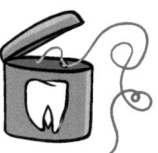

chỉ nha khoa

el hilo dental

rửa

lavar

vòi sen cầm tay

la ducha de mano

vòi rửa hậu môn

la ducha íntima

bồn rửa

la pila

bàn chải cọ lưng

el cepillo de espalda

xà phòng

el jabón

sữa tắm

el gel de ducha

dầu gội

el champú

khăn cọ để tắm

la toallita

lỗ thoát nước

el desagüe

kem

la crema

chất khử mùi

el desodorante

gương

el espejo

gương tay

el espejo de tocador

dao cạo râu

la maquinilla de afeitar

kem cạo râu

la espuma de afeitar

nước thơm dùng sau khi
cạo râu

la loción postafeitado

cái lược

el peine

bàn chải

el cepillo

máy xấy tóc

el secador

keo xịt tóc

la laca

đồ trang điểm

el maquillaje

thỏi son môi

el pintalabios

sơn bôi móng

el pintauñas

bông

el algodón

kéo cắt móng

el cortauñas

nước hoa

el perfume

túi đựng đồ tắm
el estuche de viaje

ghế đẩu
la banqueta

cái cân
la balanza

áo choàng tắm
el albornoz

găng tay làm vệ sinh
los guantes de goma

nút gạc
el tampón

băng vệ sinh
la compresa

nhà vệ sinh hóa chất
el inodoro químico

phòng trẻ em

la habitación de los niños

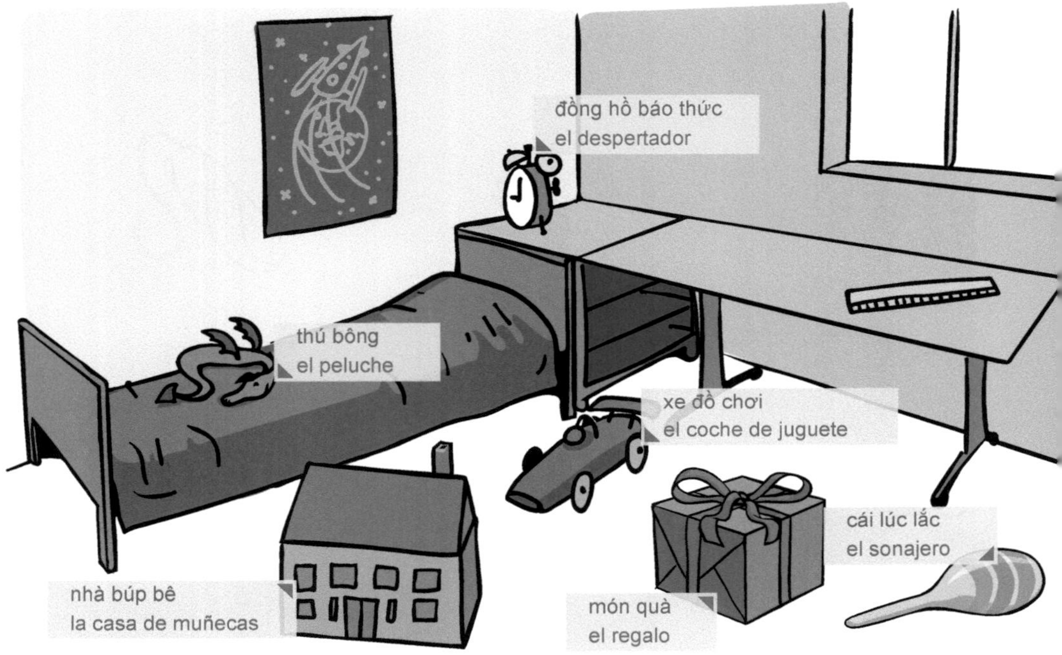

đồng hồ báo thức
el despertador
thú bông
el peluche
xe đồ chơi
el coche de juguete
cái lúc lắc
el sonajero
nhà búp bê
la casa de muñecas
món quà
el regalo

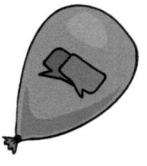

bong bóng

el globo

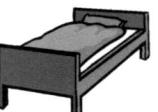

giường

la cama

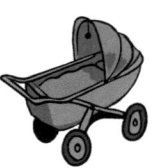

xe nôi

el coche de niño

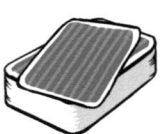

trò chơi bài

los naipes

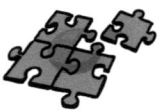

trò chơi ghép hình

el puzle

SUPER MEGA

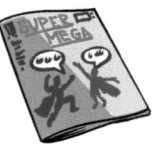

truyện tranh

el tebeo

gạch Lego

las piezas de lego

khối xếp hình

los bloques de juguete

nhân vật hành động

la figura de acción

áo liền quần cho trẻ sơ sinh

el bodi (de bebé)

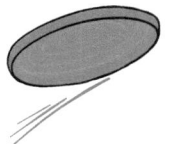

đĩa nhựa để ném

el frisbee

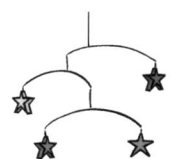

đồ chơi treo trên giường

el colgador móvil para bebés

trò chơi cờ bàn

el juego de mesa

xúc xắc

los dados

đồ chơi xe lửa mô hình

el circuito de tren eléctrico

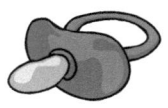

ti giả

el maniquí

buổi tiệc

la fiesta

sách tranh

el álbum de fotos

quả bóng

la pelota

búp bê

la muñeca

chơi

jugar

hố cát

el cajón de arena

cái đu

el columpio

đồ chơi

los juguetes

máy chơi game cầm tay

la videoconsola

xe ba bánh

el triciclo

gấu bông

el oso de peluche

tủ quần áo

la guardarropa

y phục
la ropa

bít tất

los calcetines

bít tất dài

las medias

quần tất

los leotardos

khăn choàng cổ
la bufanda

ô che mưa
el paraguas

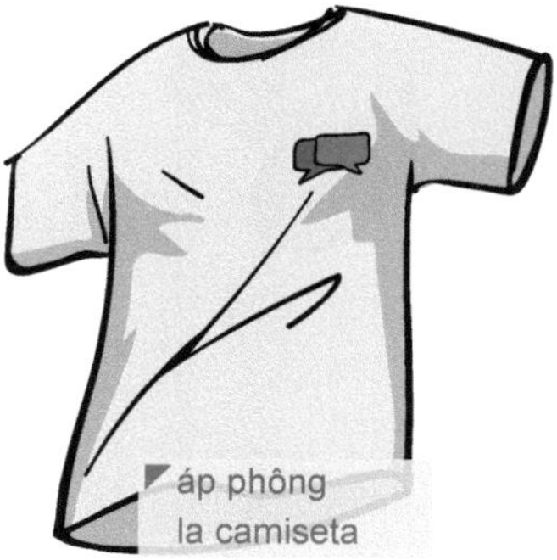

áp phông
la camiseta

dây thắt lưng
el cinturón

ủng
las botas

dép đi trong nhà
las zapatillas

giày sneaker
las deportivas

dép xăng đan

las sandalias

giày

los zapatos

ủng cao su

las botas de goma

quần lót

el slip

áo ngực

el sostén

áo vest

el chaleco

áo ôm sát cơ thể

el bodi

quần dài

los pantalones cortos

quần bò

los vaqueros

váy

la falda

áo cánh

la blusa

áo sơ mi

la camisa

áo len chui đầu

el jersey

áo len

el suéter

áo blazer

el blazer

áo jacket

la chaqueta

áo khoác

el abrigo

áo mưa

la gabardina

trang phục

el traje

áo váy

el vestido

áo cưới

el vestido de novia

bộ com lê

el traje

áo ngủ

el camisón

pijama

el pijama

trang phục sari

el sati

khăn trùm đầu

el bandana

khăn đội đầu

el turbante

áo burka

la burka

áo captan

el caftán

áo aba

la abaya

quần áo bơi

el traje de baño

quần bơi

el bañador

quần đùi

los pantalones cortos

quần áo tracksuit

el chándal

tạp dề

el delantal

găng tay

los guantes

cái cúc

el botón

kính mắt

las gafas

vòng đeo tay

el brazalete

vòng cổ

el collar

nhẫn

el anillo

hoa tai

el pendiente

mũ lưỡi trai

la gorra

cái mắc treo áo quần

la percha

mũ

el sombrero

cà vạt

la corbata

dây kéo phéc mơ tuya

la cremallera

mũ bảo hiểm

el casco

dây đeo quần

los tirantes

đồng phục học sinh

el uniforme

đồng phục

el uniforme

yếm trẻ em
el babero

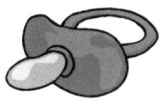

ti giả
el maniquí

tã lót
el pañal

văn phòng
la oficina

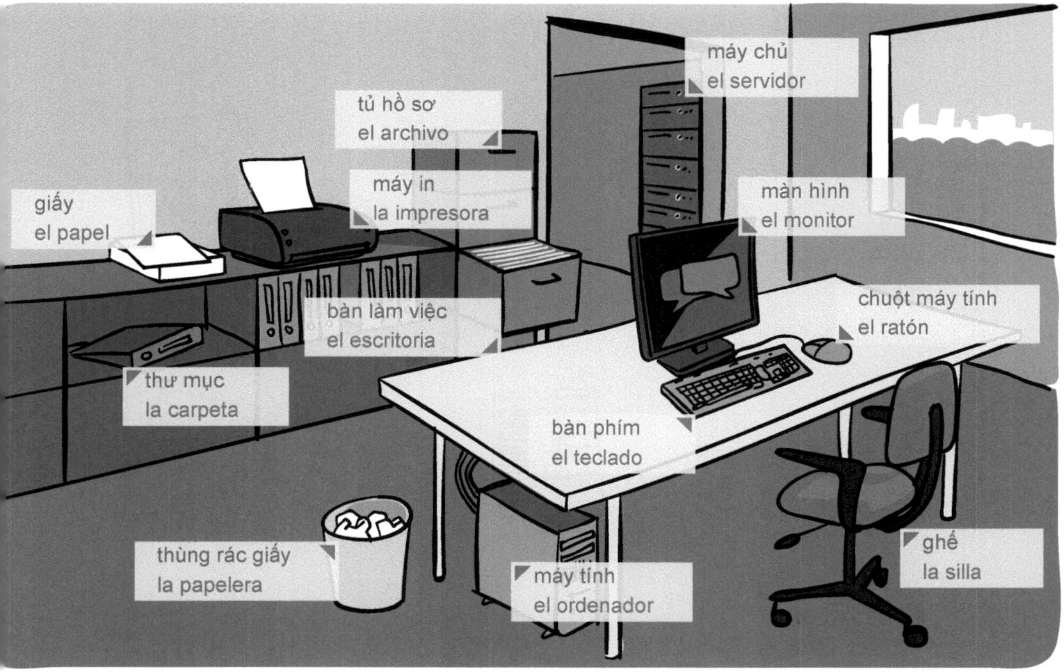

máy chủ
el servidor

tủ hồ sơ
el archivo

máy in
la impresora

giấy
el papel

màn hình
el monitor

bàn làm việc
el escritoria

chuột máy tính
el ratón

thư mục
la carpeta

bàn phím
el teclado

thùng rác giấy
la papelera

ghế
la silla

máy tính
el ordenador

cốc cà phê
la taza de café

máy tính bỏ túi
la calculadora

internet
el internet

laptop
el portátil

thư
la carta

tin nhắn
el mensaje

điện thoại di động
el móvil

mạng
la red

máy photocopy
la fotocopiadora

phần mềm
el software

điện thoại
el teléfono

ổ cắm điện
la toma de corriente

máy fax
el fax

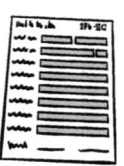

mẫu đơn
el formulario

chứng từ
el documento

mua
comprar

trả tiền
pagar

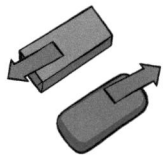

buôn bán
comerciar

tiền
el dinero

USD

đô la
el dólar

EUR

Euro
el euro

JPY

yên
el yen

RUB

rúp
el rublo

CHF

franc Thụy Sĩ
el franco suizo

CNY

nhân dân tệ
el renminbi yuan

INR

rupi
la rupia

máy rút tiền tự động
el cajero automático

quầy đổi tiền

la oficina de cambio de
divisas

vàng

el oro

bạc

la plata

dầu

el petróleo

năng lượng

la energía

giá tiền

el precio

hợp đồng

el contrato

thuế

el impuesto

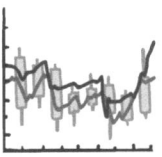

cổ phiếu

la acción

làm việc

trabajar

nhân viên

el empleador

chủ lao động

el empleador

nhà máy

la fábrica

cửa hiệu

la tienda de campaña

nghề nghiệp
los oficios

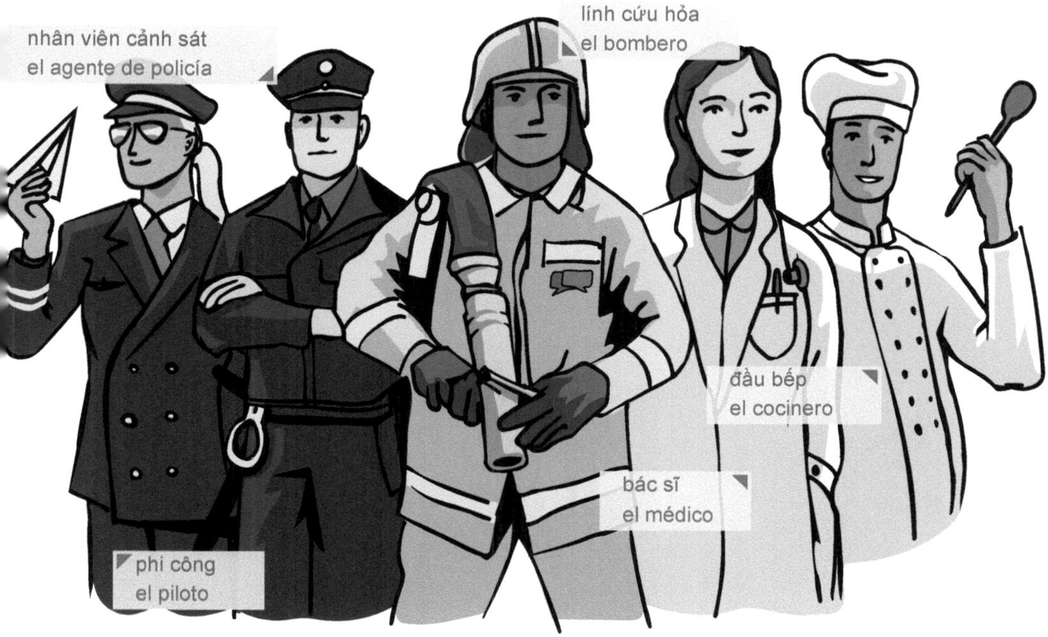
nhân viên cảnh sát
el agente de policía
lính cứu hỏa
el bombero
đầu bếp
el cocinero
bác sĩ
el médico
phi công
el piloto

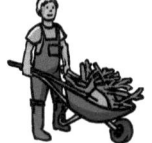

người làm vườn

el jardinero

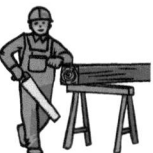

thợ mộc

el carpintero

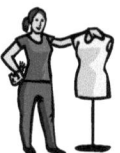

thợ may

la costurera

chánh án

el juez

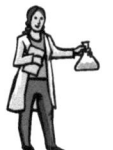

nhà hóa học

el farmacéutico

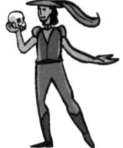

diễn viên

el actor

tài xế xe buýt

el conductor de autobús

người lau dọn vệ sinh

la señora de la limpieza

người lái taxi

el taxista

thợ lợp mái nhà

el techador

thợ săn

el cazador

họa sĩ

el pintor

ngư dân

el pescador

bồi bàn

el camarero

thợ làm bánh

el panadero

thợ điện

el electricista

thợ xây dựng

el obrero

kỹ sư

el ingeniero

người hàng thịt

el carnicero

thợ sửa ống nước

el fontanero

người đưa thư

el cartero

người lính

el soldado

kiến trúc sư

el arquitecto

nhân viên thu ngân

el cajero

người bán hoa

el florista

thợ cắt tóc

el peluquero

nhân viên soát vé

el revisor

thợ cơ khí

el mecánico

thuyền trưởng

el capitán

nha sĩ

el dentista

nhà khoa học

el científico

giáo sĩ Do thái

el rabino

lãnh tụ Hồi giáo

el imán

nhà sư

el monje

mục sư

el sacerdote

dụng cụ
las herramientas

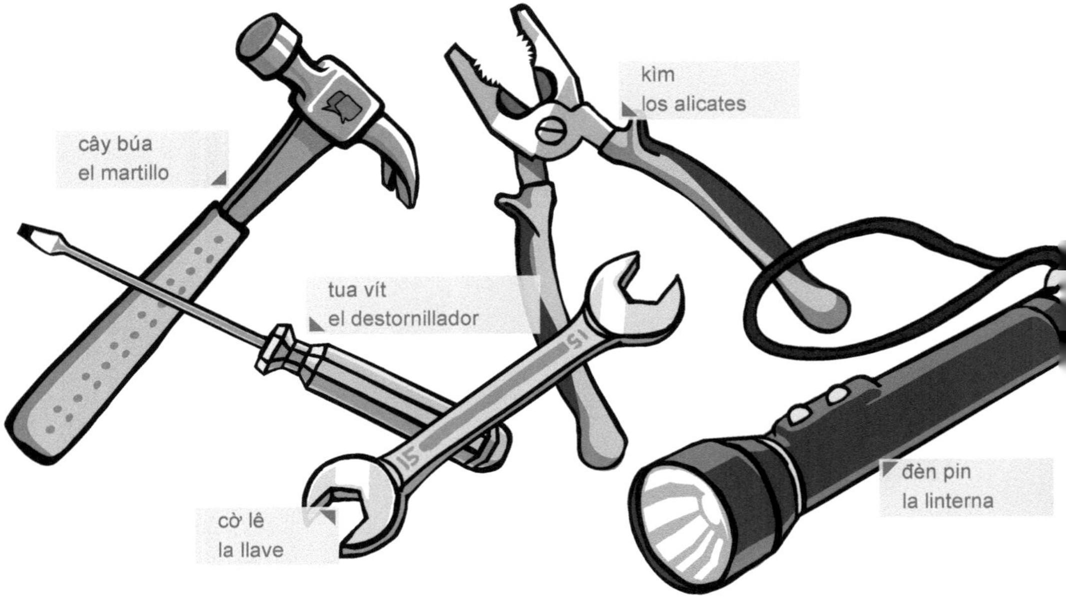
cây búa
el martillo
kìm
los alicates
tua vít
el destornillador
cờ lê
la llave
đèn pin
la linterna

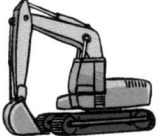

máy xúc đất

la excavadora

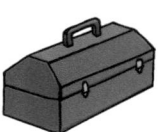

hộp dụng cụ

la caja de herramientas

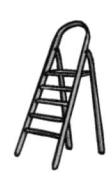

cái thang

la escalera de mano

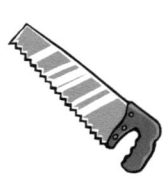

cưa

la sierra

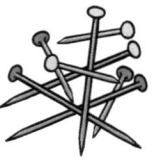

đinh

los clavos

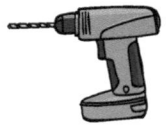

máy khoan

el taladro

sửa chữa

reparar

cái xẻng

la pala

khốn nạn!

¡Maldita sea!

cái hót rác

el recogedor

thùng sơn

el bote de pintura

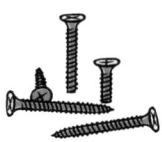

vít

los tornillos

nhạc cụ
los instrumentos musicales

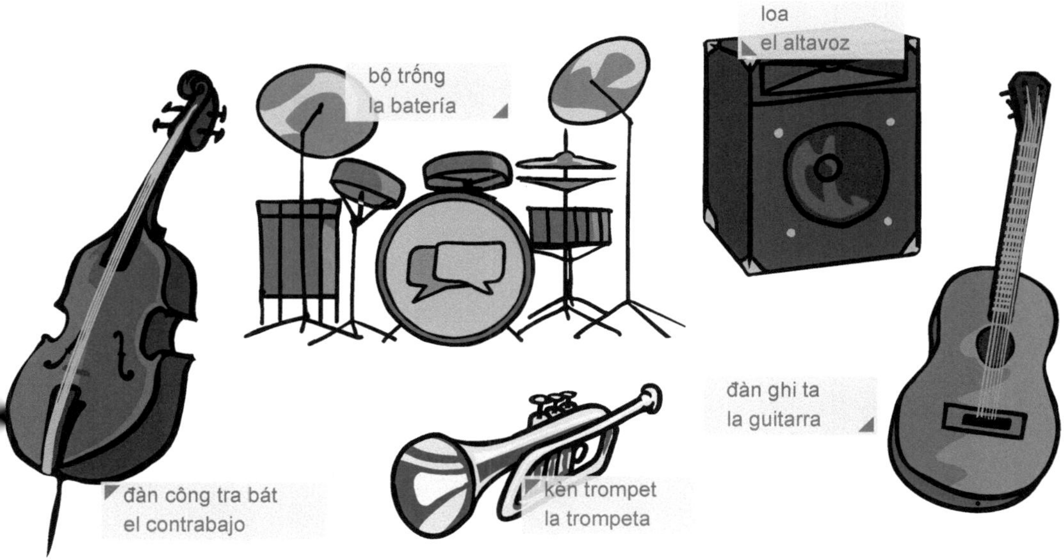

bộ trống
la batería

loa
el altavoz

đàn ghi ta
la guitarra

đàn công tra bát
el contrabajo

kèn trompet
la trompeta

đàn piano

el piano

đàn vĩ cầm

el violín

ghi ta bass

bajo

trống định âm

los timbales

trống

el tambor

đàn organ

el teclado

kèn Saxophone

el saxofón

sáo

la flauta

micro

el micrófono

vườn bách thú

el zoo

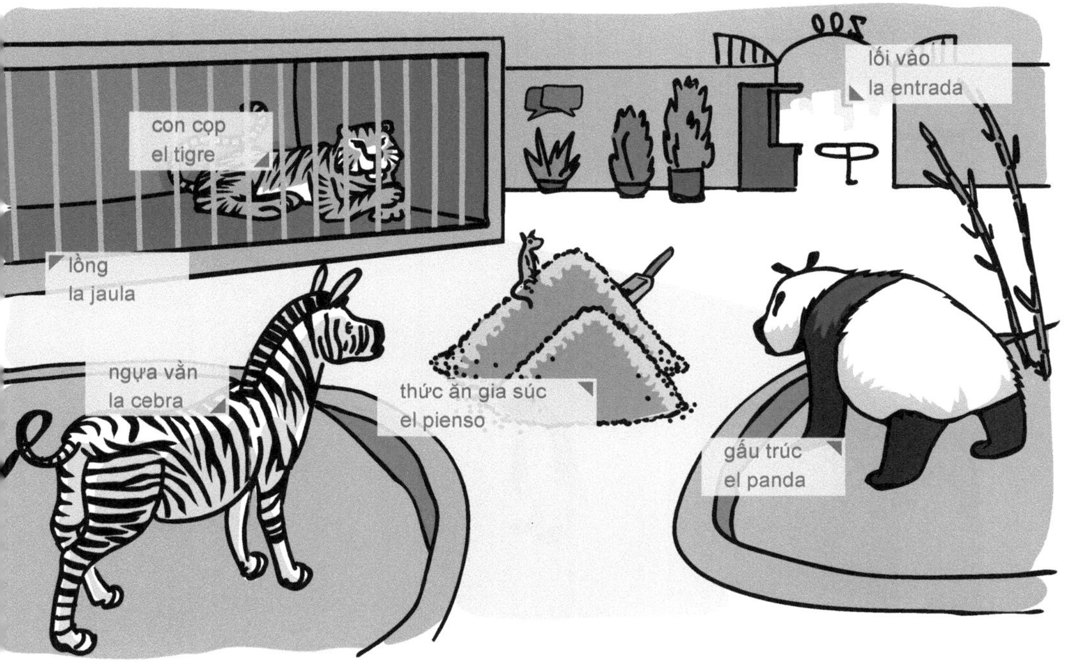
lối vào
la entrada
con cọp
el tigre
lồng
la jaula
ngựa vằn
la cebra
thức ăn gia súc
el pienso
gấu trúc
el panda

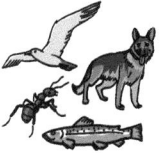

động vật

los animales

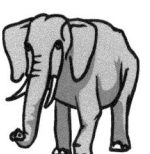

con voi

el elefante

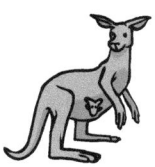

chuột túi

el canguro

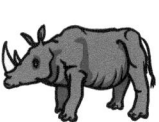

tê giác

el rinoceronte

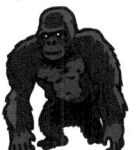

khỉ đột

el gorila

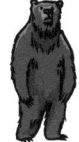

con gấu

el oso

lạc đà
el camello

đà điểu
el avestruz

sư tử
el león

con khỉ
el mono

hồng hạc
el flamingo

con vẹt
el loro

gấu bắc cực
el oso polar

chim cánh cụt
el pingüino

cá mập
el tiburón

con công
el pavo real

con rắn
la serpiente

cá sấu
el cocodrilo

người trông giữ vườn bách
thú
el guardián de zoológico

hải cẩu
la foca

báo đốm
el jaguar

ngựa lùn

el poni

con báo

el leopardo

hà mã

el hipopótamo

hươu cao cổ

la jirafa

đại bàng

el águila

heo rừng

el jabalí

cá

el pescado

con rùa

la tortuga

hải mã

la morsa

con cáo

el zorro

linh dương

la gacela

bóng bầu dục Mỹ
el fútbol americano

đua xe đạp
el ciclismo

quần vợt
el tenis

bóng rổ
el baloncesto

bơi
la natación

đấm bốc
el boxeo

khúc côn cầu trên băng
el hockey sobre hielo

bóng đá
el fútbol

cầu lông
el bádminton

điền kinh
el atletismo

bóng ném
el balonmano

trượt tuyết
el esquí

polo
el polo

nhảy
saltar

cười
reír

ôm
abrazar

đi bộ
caminar

ca hát
cantar

mơ
soñar

cầu nguyện
rezar

hôn
besar

viết
escribir

vẽ
dibujar

chỉ trỏ
mostrar

đẩy
empujar

cho
dar

lấy đi
tomar

có

tener

làm

hacer

thì / là

ser

đứng

estar de pie

chạy

correr

kéo

tirar

ném

tirar

rơi

caer

nằm

yacer

chờ đợi

esperar

mang vác

llevar

ngồi

estar sentado

mặc quần áo

vestirse

ngủ

dormir

thức dậy

despertar

xem

mirar

khóc

llorar

vuốt ve

acariciar

chải

peinar

nói chuyện

hablar

hiểu

entender

câu hỏi

preguntar

nghe

escuchar

uống

beber

ăn

comer

dọn dẹp

ordenar

yêu

amar

nấu nướng

cocinar

lái xe

conducir

bay

volar

đi thuyền buồm

navegar

tính toán

calcular

đọc

leer

học

aprender

làm việc

trabajar

cưới

casarse

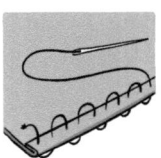

khâu vá

coser

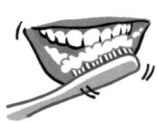

đánh răng

cepillarse los dientes

giết

matar

hút thuốc

fumar

gửi đi

enviar

gia đình
la familia

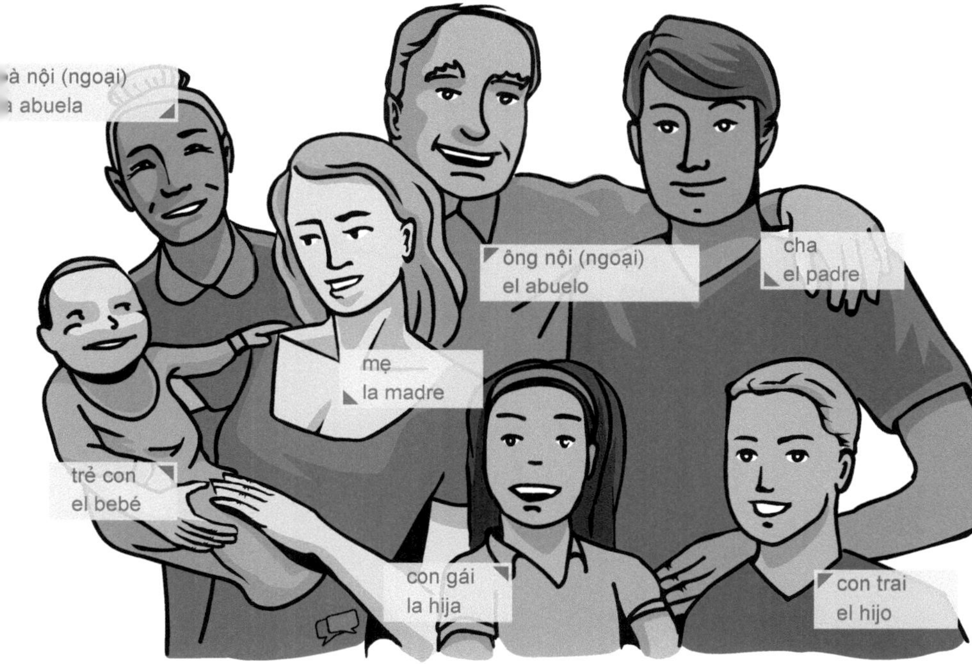
à nội (ngoại)
a abuela
ông nội (ngoại)
el abuelo
cha
el padre
mẹ
la madre
trẻ con
el bebé
con gái
la hija
con trai
el hijo

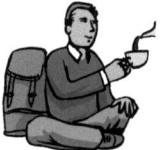

khách

el invitado

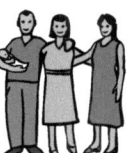

cô (dì)

la tía

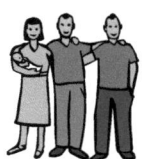

chú, bác (cậu)

el tío

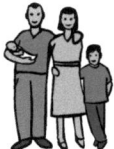

anh (em) trai

el hermano

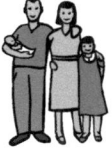

chị (em) gái

la hermana

cơ thể
el cuerpo

trán
la frente
mắt
el ojo
vai
el hombro
ngón tay
el dedo
mặt
la cara
cằm
la barbilla
bàn tay
la mano
chân
la pierna
ngực
el pecho
cánh tay
el brazo

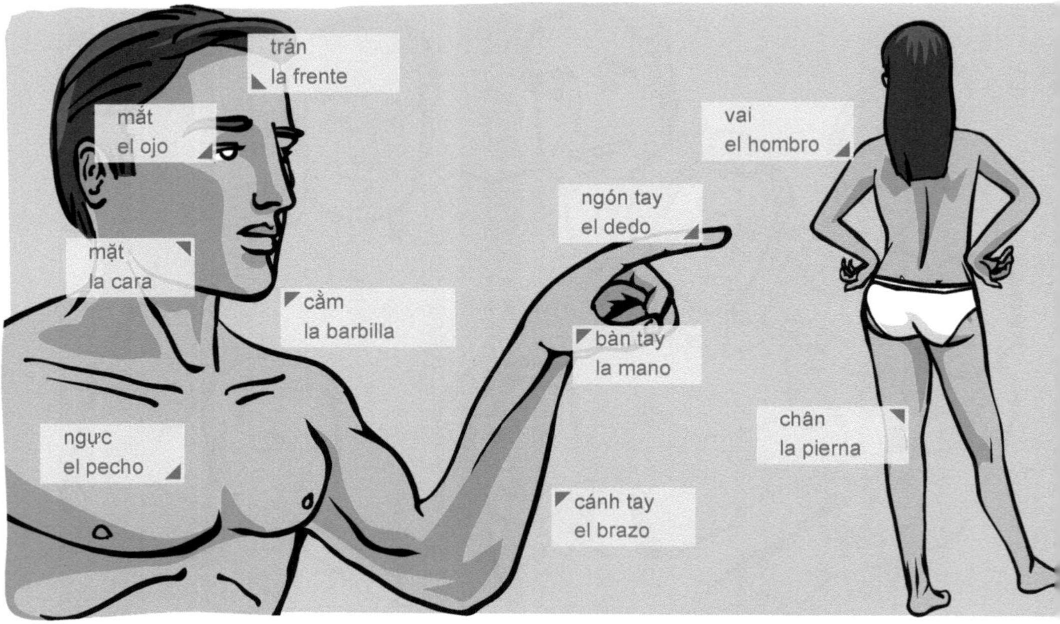

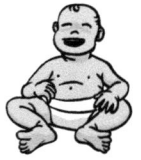

trẻ con

el bebé

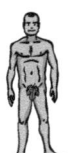

đàn ông

el hombre

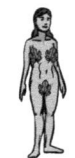

phụ nữ

la mujer

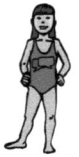

bé gái

la chica

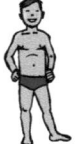

bé trai

el chico

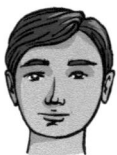

đầu

la cabeza

lưng
la espalda

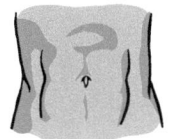

bụng
el vientre

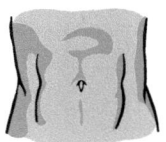

rốn
el ombligo

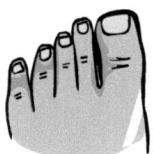

ngón chân
el dedo del pie

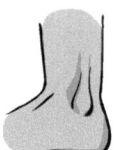

gót chân
el talón

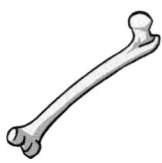

xương
el hueso

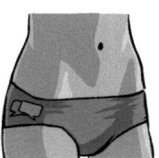

hông
la cadera

đầu gối
la rodilla

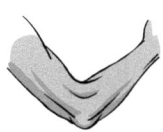

khuỷu tay
el codo

mũi
la nariz

mông
el trasero

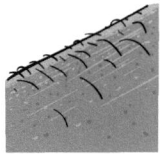

da
la piel

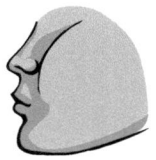

má
la mejilla

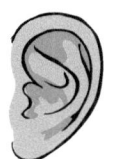

tai
el oído

môi
el labio

miệng

la boca

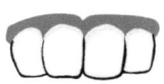

răng

el diente

lưỡi

la lengua

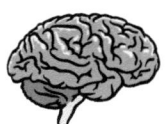

não

el cerebro

tim

el corazón

cơ bắp

el músculo

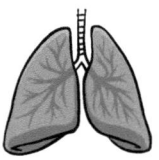

phổi

el pulmón

gan

el hígado

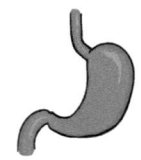

dạ dày

el estómago

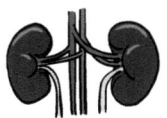

thận

los riñones

giao hợp

el sexo

bao cao su

el condón

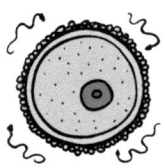

noãn

el ovario

tinh dịch

el semen

mang thai

el embarazo

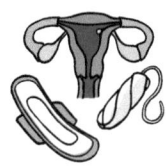

kinh nguyệt

la menstruación

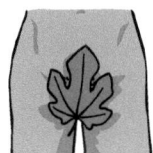

âm vật

la vagina

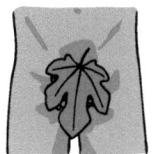

dương vật

el pene

lông mày

la ceja

tóc

el pelo

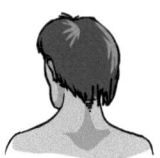

cổ

el cuello

bệnh viện
el hospital

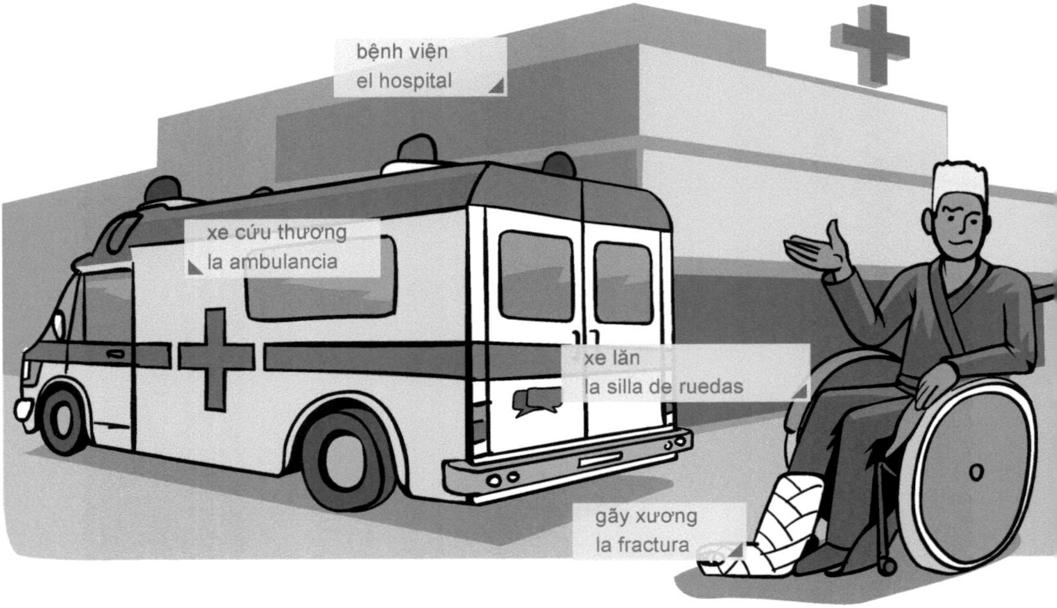

bệnh viện
el hospital
xe cứu thương
la ambulancia
xe lăn
la silla de ruedas
gãy xương
la fractura

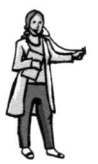

bác sĩ

el médico

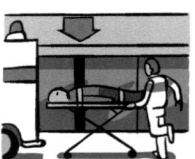

phòng cấp cứu

la sala de urgencias

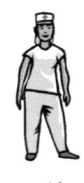

y tá

la enfermera

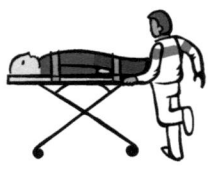

cấp cứu

la urgencia

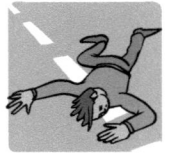

bất tỉnh

inconsciente

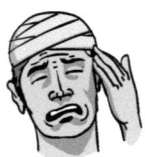

cơn đau

el dolor

bị thương

la lesión

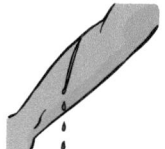

chảy máu

la hemorragia

nhồi máu cơ tim

el infarto

đột quy

el ictus

dị ứng

la alergia

ho

la tos

sốt

la fiebre

cúm

la gripe

tiêu chảy

la diarrea

đau đầu

el dolor de cabeza

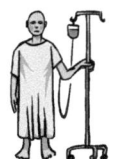

ung thư

el cáncer

bệnh tiểu đường

la diabetes

bác sĩ phẫu thuật

el cirujano

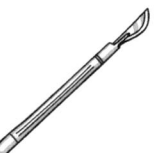

dao mổ

el bisturí

giải phẫu

la operación

chụp cắt lớp

TAC

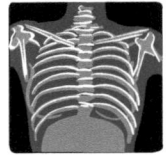

chụp x-quang

los rayos x

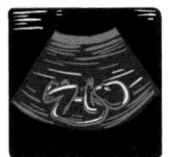

siêu âm

el ultrasonido

mặt nạ

la mascarilla

bệnh

la enfermedad

phòng đợi

la sala de espera

cái nạng

la muleta

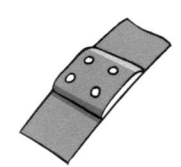

băng dán vết thương

la tirita

băng bó

la venda

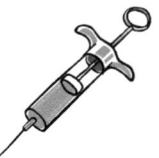

tiêm thuốc

la inyección

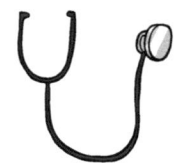

ống nghe khám bệnh

el estetoscopio

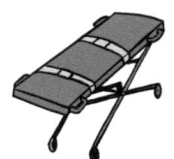

băng ca

la camilla

nhiệt kế

el termómetro

sinh đẻ

el nacimiento

thừa cân

el sobrepeso

máy trợ thính

el audífono

chất khử trùng

el desinfectante

nhiễm trùng

la infección

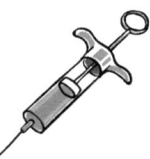

vi rút

el virus

HIV / AIDS

VIH / SIDA

thuốc

la medicina

tiêm chủng

la vacunación

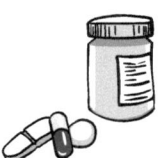

thuốc viên

las tabletas

viên thuốc

la pastilla

gọi cấp cứu

la llamada de urgencia

máy đo huyết áp

el tensiómetro

bệnh / khỏe mạnh

enfermo / sano

cứu!

¡Socorro!

báo động

la alarma

cuộc đột kích

el asalto

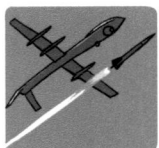

sự tấn công

el ataque

mối nguy hiểm

el peligro

lối thoát hiểm

la salida de emergencia

cháy!

¡Fuego!

bình chữa cháy

el extintor de incendios

tai nạn

el accidente

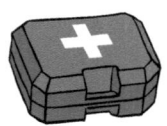

bộ dụng cụ sơ cứu

el botiquín de primeros
auxilios

SOS

SOS

cảnh sát

la policía

châu Âu

Europa

Bắc Mỹ

Norteamérica

Nam Mỹ

Sudamérica

châu Phi

África

châu Á

Asia

châu Úc

Australia

Đại Tây Dương

el atlántico

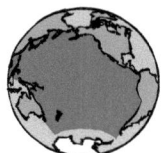

Thái Bình Dương

el Pacífico

Ấn Độ Dương

el Océano Índico

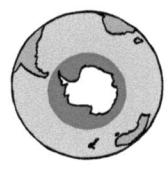

Nam Cực Dương

el Océano Antártico

Bắc Băng Dương

el Océano Ártico

bắc cực

el polo norte

nam cực

el polo sur

nam cực

La Antártida

trái đất

la tierra

đất liền

la tierra

biển

el mar

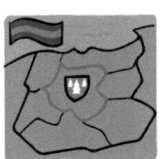

đảo

la isla

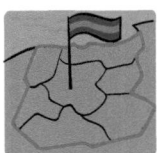

quốc gia

la nación

nhà nước

el estado

mặt đồng hồ

la esfera

kim chỉ giờ

la manecilla de las horas

kim chỉ phút

el minutero

kim chỉ giây

el segundero

Bây giờ là mấy giờ?

¿Qué hora es?

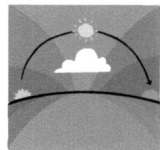

ngày

el día

thời gian

el tiempo

bây giờ

ahora

đồng hồ điện tử

el reloj digital

phút

el minuto

giờ

la hora

tuần lễ

la semana

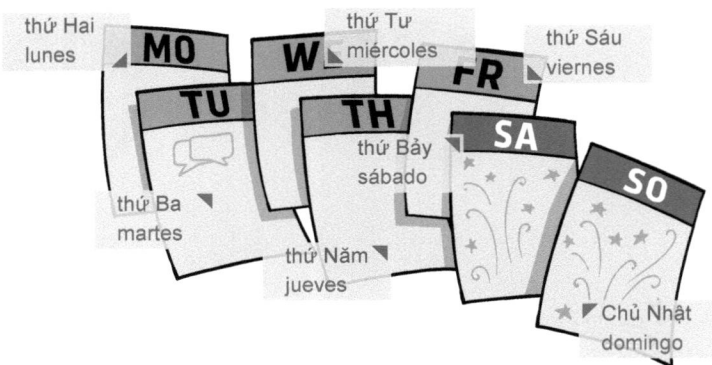

thứ Hai / lunes
thứ Ba / martes
thứ Tư / miércoles
thứ Năm / jueves
thứ Sáu / viernes
thứ Bảy / sábado
Chủ Nhật / domingo

hôm qua
ayer

hôm nay
hoy

ngày mai
mañana

buổi sáng
la mañana

buổi trưa
el mediodía

buổi tối
la tarde

ngày làm việc
los días laborables

cuối tuần
el fin de semana

năm

el año

cầu vồng
el arcoíris
mưa
la lluvia
tuyết
la nieve
gió
el viento
mùa xuân
la primavera
mùa thu
el otoño
mùa hè
el verano
mùa đông
el invierno

4.APRIL 11°
5.APRIL 4°
6.APRIL 13°
7.APRIL 8°
8.APRIL 10°

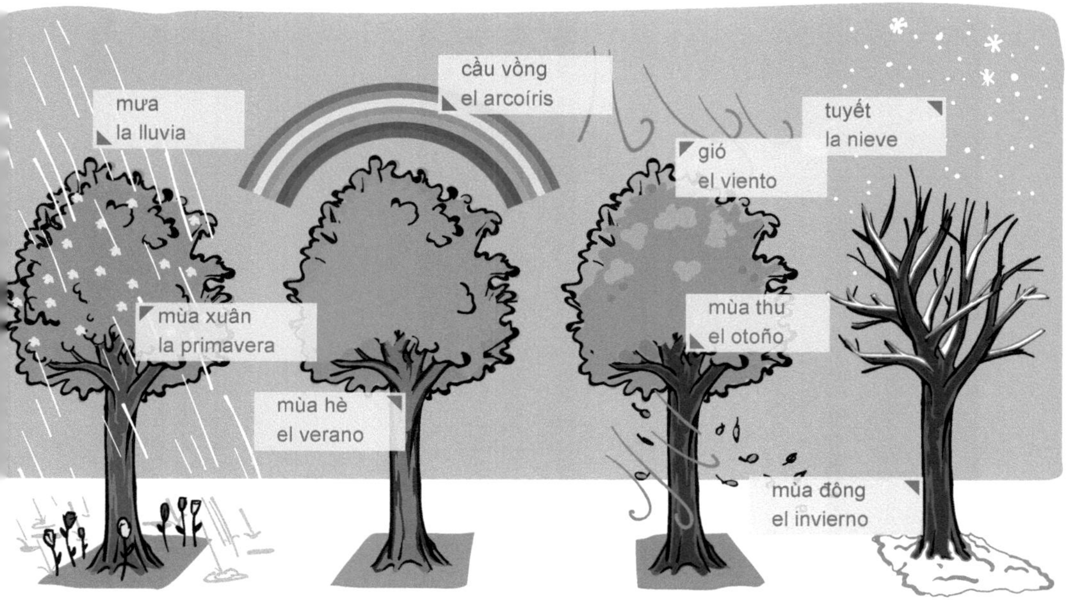

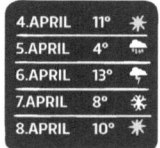

dự báo thời tiết

el pronóstico del tiempo

F
C

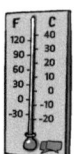

nhiệt kế

el termómetro

ánh nắng

el sol

mây

la nube

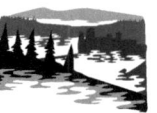

sương mù

la niebla

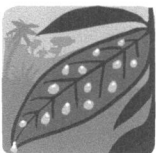

độ ẩm không khí

la humedad

tia chớp

el rayo

sấm sét

el trueno

cơn bão

la tormenta

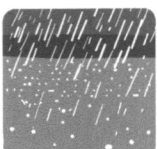

mưa đá

el granizo

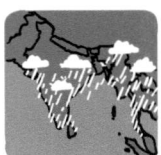

gió mùa

el monzón

lũ lụt

la inundación

nước đá

el hielo

tháng Một

enero

tháng Hai

febrero

tháng Ba

marzo

tháng Tư

abril

tháng Năm

mayo

tháng Sáu

junio

tháng Bảy

julio

tháng Tám

agosto

tháng Chín

septiembre

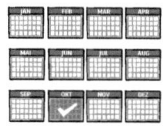

tháng Mười

octubre

tháng Mười Một

noviembre

tháng Mười Hai

diciembre

hình dạng
las formas

hình tròn

el círculo

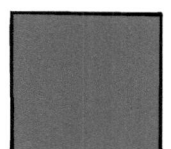

hình vuông

el cuadrado

hình chữ nhật

el rectángulo

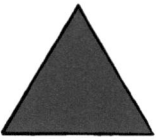

hình tam giác

el triángulo

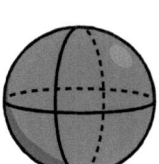

hình cầu

la esfera

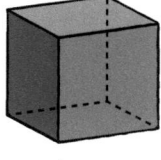

khối vuông

el cubo

màu trắng

blanco

màu vàng

amarillo

màu cam

anaranjado

màu hồng

rosa

màu đỏ

rojo

màu tím

morado

màu xanh dương

azul

màu xanh lá cây

verde

màu nâu

marrón

màu xám

gris

màu đen

negro

nhiều / ít

mucho / poco

tức tối / điềm tĩnh

enojado / tranquilo

xinh đẹp / xấu xí

bonito / feo

bắt đầu / kết thúc

principio / fin

to / nhỏ

grande / pequeño

sáng / tối

claro / oscuro

anh (em) trai / chị (em) gái

el hermano / la hermana

sạch / bẩn

limpio / sucio

đủ / thiếu

completo / incompleto

ngày / đêm

el día / la noche

chết / sống

muerto / vivo

rộng / chật hẹp

ancho / estrecho

ăn được / không ăn được

comestible / no comestible

ác / tử tế

malo / amable

hào hứng / chán nản

entusiasmado / aburrido

béo / gầy

gordo / delgado

đầu tiên / cuối cùng

primero / último

bạn / thù

el amigo / el enemigo

đầy / rỗng

lleno / vacío

cứng / mềm

duro / blando

nặng / nhẹ

pesado / ligero

đói / khát

el hambre / la sed

bệnh / khỏe mạnh

enfermo / sano

bất hợp pháp / hợp pháp

ilegal / legal

thông minh / ngu

inteligente / tonto

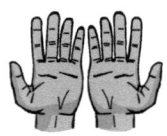

trái / phải

izquierda / derecha

gần / xa

cerca / lejos

đối lập - los opuestos

mới / cũ

nuevo / usado

không có gì cả / có cái gì đó

nada / algo

già / trẻ

viejo / joven

bật / tắt

encendido / apagado

mở / đóng

abierto / cerrado

im lặng / ồn ào

silencioso / ruidoso

giàu / nghèo

rico / pobre

đúng / sai

correcto / incorrecto

sần sùi / mịn màng

áspero / suave

buồn / vui

triste / contento

ngắn / dài

corto / largo

chậm / nhanh

lento / rápido

ẩm ướt / khô ráo

húmedo / seco

ấm áp / mát mẻ

cálido / frío

chiến tranh / hòa bình

guerra / paz

0

số không
cero

1

một
uno

2

hai
dos

3

ba
tres

4

bốn
cuatro

5

năm
cinco

6

sáu
seis

7

bẩy
siete

8

tám
ocho

9

chín
nueve

10

mười
diez

11

mười một
once

12

mười hai
doce

13

mười ba
trece

14

mười bốn
catorce

15

mười lăm
quince

16

mười sáu
dieciséis

17

mười bảy
diecisiete

18

mười tám
dieciocho

19

mười chín
diecinueve

20

hai mươi
veinte

100

một trăm
cien

1.000

một ngàn
mil

1.000.000

một triệu
el millón

tiếng Anh

el inglés

tiếng Anh Mỹ

el inglés americano

tiếng Quan Thoại

el chino madarín

tiếng Hin-di

el hindi

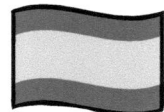

tiếng Tây Ban Nha

el español

tiếng Pháp

el francés

tiếng Ả-rập

el árabe

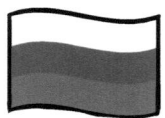

tiếng Nga

el ruso

tiếng Bồ Đào Nha

el portugués

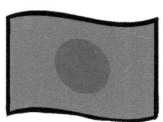

tiếng Bengal

el bengalí

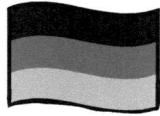

tiếng Đức

el alemán

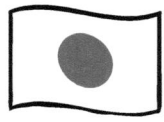

tiếng Nhật

el japonés

tôi
yo

bạn
tú

anh ta / cô ta / nó
él / ella / ello

chúng tôi
nosotros/as

các bạn
vosotros/as

họ
ellos/as

ai?
¿quién?

cái gì?
¿qué?

như thế nào?
¿cómo?

ở đâu?
¿dónde?

lúc nào?
¿cuándo?

tên
el nombre

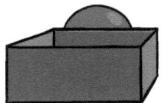

phía sau

detrás

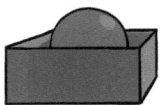

ở trong

en

phía trước

delante de

phía trên

por encima de

ở trên

sobre

ở dưới

debajo de

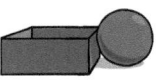

bên cạnh

junto a

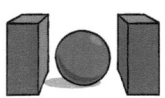

ở giữa

entre

chỗ

el lugar